ऐसा गा मी ब्रह्म!

नारायण सुर्वे यांची प्रकाशित पुस्तके

काव्यसंग्रह

- ऐसा गा मी ब्रह्म
- माझे विद्यापीठ
- सनद (संपादक : कुसुमाग्रज)
- जाहीरनामा
- नव्या माणसाचे आगमन
- गवसलेल्या कविता (संपादक : विजय तापस)

लेखसंग्रह

माणूस, कलावंत आणि समाज

अनुवादित

ऑन द पेव्हमेंट ऑफ लाइफ (इंग्रजी) (अनु.: प्र. श्री. नेरूरकर, कृष्णा चौधरी)
नारायण सुर्वेनी कविता (गुजराती) (अनु.: वसंत जोशी)
मेरा विद्यापीठ (हिंदी) (अनु.: मनोज सोनकर)
नारायण सुर्वेकी कविता (हिंदी) (अनु.: पांडुरंग कापडणीस)
मेरी दरस गाह (उर्दू) (अनु.: रफिया शबनम आबीबी)
नारायण सुर्वे निवडक कविता (कन्नड) (अनु.: ल. रा. पंडित)

नारायण सुर्वे यांनी केलेले अनुवाद

तीन गुंड आणि सात कथा (मूळ लेखक : कृष्णचंद्र)
दादर पुलाखालची मुले (मूळ लेखक : कृष्णचंद्र)

संपादित

- दलित काव्यदर्शन
- गाणी चळवळीची
- कविता श्रमाची
- कॉ. डांगे : भारतीय राजकारणातील वादळ

ऐसा गा मी ब्रह्म!

नारायण सुर्वे

पॉप्युलर प्रकाशन, मुंबई

ऐसा गा मी ब्रह्म!
(म-७३)
पॉप्युलर प्रकाशन
ISBN 978-81-7185-033-4

AISA GA MEE BRAHMA
(Marathi : Poetry)
Narayan Surve

पहिली आवृत्ती : १९६२/१८८४
पाचवे पुनर्मुद्रण : २०२०/१९४१
सहावे पुनर्मुद्रण : २०२२/१९४४
सातवे पुनर्मुद्रण : २०२५/१९४७
आठवे पुनर्मुद्रण : २०२५/१९४७

प्रकाशक
अस्मिता मोहिते
पॉप्युलर प्रकाशन प्रा. लि.
३०१, महालक्ष्मी चेंबर्स
२२, भुलाभाई देसाई रोड
मुंबई - ४०० ०२६

मुद्रक
ट्रिनिटी अकॅडमी फॉर कॉर्पोरेट ट्रेनिंग लि.
पुणे

मातृभूमीसाठी तळहातावर शीर
घेऊन लढणाऱ्या शूर भारतीय
जवानांना —

प्रस्तावना

श्री. नारायण सुर्वे हे कामगार जीवनाशी केवळ समरस झालेले नव्हे, तर ते जीवन प्रत्यक्षात अनुभवणारे कवी आहेत. आजवरचे आमचे साहित्य हे बव्हंशी पांढरपेशा वर्गातील लेखकांनी निर्माण केलेले आहे. सदाशिवपेठी साहित्य ही डॉ. केतकरांनी वापरलेली संज्ञा अद्यापही सार्थ आहे. ही सदाशिवपेठ अर्थात पुणे शहरापुरती मर्यादित नाही, ती सर्व महाराष्ट्र देशभर पसरलेली आहे. ती विशिष्ट जाती-पोटजातीपुरती संकुचित आहे असेही मानावयाचे कारण नाही. ती एक प्रवृत्ती आहे आणि ती सामाजिक जीवनाच्या प्रचलित व्यवस्थेतून उत्पन्न झालेली आहे. जातिभेदाच्या तटबंदीने एकूण समाजजीवनाचे विविध स्वायत्त प्रांत निर्माण करून या प्रवृत्तीला फार मोठा हातभार लावलेला आहे. अनेक मर्यादांनी ग्रासलेल्या अशा वाङ्मयात तोचतोचपणा यावा, त्याच्या चतुःसीमांचा संकोच व्हावा यात नवल नाही. वाङ्मय निर्मितीच्या मीमांसा कोणत्याही आणि कशाही असोत, त्याचा विस्तार वाढायला हवा, समाजाच्या सर्व विभागांतून त्याचे पोषण व्हावे आणि जीवनाच्या साऱ्या सरहद्दीपर्यंत त्याचा संचार व्हावा, याबद्दल मला वाटते दुमत होऊ नये.

सध्या असे प्रयत्न होत आहेत यात शंका नाही. बंद असलेले अनेक दरवाजे उघडत आहेत. अडसर निखळून पडत आहेत. आजपर्यंत अव्याहत असलेल्या काही जीवनप्रांतांचे दर्शन कथा, कादंबरी, काव्य इत्यादी वाङ्मय प्रकारांतून होऊ लागले आहे. श्री. नारायण सुर्वे यांचा प्रस्तुत काव्यसंग्रह म्हणजे असाच एक अभिनंदनीय प्रयत्न होय. श्री. सुर्वे यांच्या या काव्याचे वैशिष्ट्य असे की त्यांनी पुस्तका–कपाटांत आपली स्फूर्तिस्थाने शोधलेली नाहीत. काव्यलेखनास, किंबहुना कोणत्याही लेखनास व्यासंगाची, जे अभिजात आहे

त्याचा अभ्यास करण्याची, आवश्यकता असते यात शंका नाही, परंतु व्यासंगाची फलश्रुती नकला काढण्यात झाली तर तो त्याचा दुरुपयोग झाला असेच म्हणावे लागेल. श्री. सुर्वे या प्रवृत्तीपासून अलिप्त आहेत. सभोवारच्या परिसरात ते काही श्रद्धा जागत्या ठेवून जागत आहेत आणि त्यांतूनच त्यांनी काव्याचा शोध घेतला आहे. चांगल्या काव्याला अशी निष्ठा आवश्यक असते आणि ती त्यांच्या ठिकाणी भरपूर प्रमाणात आहे.

श्री. सुर्वे यांची बरीचशी कविता लढाऊ वृत्तीची, समाजक्रांतीची उपासना करणारी, नव्या आनंदवनभुवनांचे मनोहर स्वप्न पाहणारी आहे. कवी अशा स्वरूपाच्या कविता लिहितो तेव्हा तो कोठल्या पंथाच्या व विचार प्रणालीच्या जाहिराती वाटायला बसलेला नसतो. तो विचार त्याच्या ठिकाणी भावरूपता पावलेला असतो. त्याच्या व्यक्तित्वाचा तो एक अंगभूत भाग होऊन राहिलेला असतो. प्रेमासंबंधीची, सौंदर्यासंबंधीची व अध्यात्मासंबधीची भावना जेवढी खरी आणि उत्कट असते तेवढीच हीही असते. तेव्हा काव्याच्या भोवती धाबळ्या लावून या विषयांना मज्जाव करावा असा आग्रह धरण्यात अर्थ नाही. तसा तो कोणी धरला तर कवी तो मानणारही नाहीत. कोणत्याही काव्यास आवश्यक असा प्रामाणिकपणा आणि उत्कट मानसिक अनुभव तेथे पाहिजे. ही एकच गोष्ट खरोखर महत्त्वाची असते. ती ज्याच्याजवळ असते तो 'तुतारी', 'नवा शिपाई' यांसारखी श्रेष्ठ काव्ये लिहू शकतो. ही प्रामाणिकता आणि उत्कटता ही सत्काव्याची आधारतत्त्वे. श्री. सुर्वे यांच्याजवळ या दोन्ही गोष्टी आहेत हे, 'क्षितिज रुंद होत आहे', 'या मेघांनो', 'पुन्हा भेटू सखे', 'क्षणांत जिंकीन', 'थरकूं नको' इत्यादी कवितांतून सहजपणे दिसून येते. त्यांचा शब्दही सामान्यतः त्यांच्या भावनेला अनुकूल, तिच्याशी सुसंगत असा आहे. प्रस्तुत संग्रहात त्यांनी अनेक चांगली, ओजस्वी व भावपूर्ण काव्ये वाचकांना सादर केली आहेत. ती आज समाधान देतात आणि उद्याच्या वाढत्या यशाची अपेक्षाही निर्माण करतात.

— वि. वा. शिरवाडकर
(कुसुमाग्रज)

आभार

हा माझा पहिलाच काव्यसंग्रह.

जे जाणवले, काळजात सलले, तेच शब्दरूप घेऊन बाहेर पडले. यात माझा काहीच दोष नाही. कदाचित काळाचा असण्याचा संभव आहे. असे बोललो तर तो कुणाला अहंकार वाटेल, तो असणे काही वाईट नाही. निदान कवीला तरी तेवढी माफी असावी.

मी स्वस्थ बसेन. शरीर स्वस्थ बसेल. पण आत्मा स्वस्थ बसूच देईना. शब्द मला ढकलीत राहिले. मी ढकलला जाऊ लागलो. विद्यमान मराठी कवितेत आपण कुठे आहोत? असाही केव्हा केव्हा मला भ्रम पडतो. पण का कोण जाणे, तरीही मी आपला लिहीतच आहे व लिहीत राहणार आहे. त्याशिवाय मला गत्यंतरच नाही. जेव्हा काळजातला ठणका बंद होईल, जेव्हा मला शब्दांसाठी अडून बसावे लागेल, (असाही दिवस येणार आहे.) तेव्हा मात्र मला थांबावेच लागेल. तोवर तुमची वाट विचारीत, कधी मागचा आदर्श घेऊन, कधी स्वतःच चुकतमाकत, रस्ता शोधीत मला चालावे लागणार आहे. नाहीतर मी माझ्या जीवनाशी बेईमानी केली असे होईल.

जे लिहिले ते तुमच्या समोरच आहे. बरेवाईट सांगण्याचा अधिकार तुमचा आणि ह्या युगाचा. मी फक्त नाममात्रच.

महाराष्ट्रातील विख्यात कवी श्री. कुसुमाग्रज ह्यांनी संग्रहास प्रस्तावना लिहून दिल्याबद्दल मी त्यांचा ऋणी आहे.

सुप्रसिद्ध लेखिका व 'नवयुग' साप्ताहिकाच्या संपादिका सौ. शिरीष पै ह्यांच्या प्रेमळ प्रोत्साहनाने मी ट ला ट जोडून का होईना पण कविता लिहू लागलो. माझे साहित्यक मित्र श्री. बाबुराव बागुल ह्यांचाही मी ऋणी आहे. मित्राची निरोगी टीका साहित्यात किती महत्त्वाची भूमिका करते हे त्यांचेकडून मला शिकायला मिळाले. तसेच साहित्यिक कविमित्र श्री. केशव मेश्राम, सदाशिव करंदीकर, श्रीकांत पुरोहित, राजा राजवाडे, सुरेश भट, माधव अत्रे, विनायक पाटील, श्रीनिवास कोर्लेकर व विनायक भावे ह्यांचे आभार मानावे तेवढे थोडेच.

— **नारायण सुर्वे**

अनुक्रम

चार शब्द

रोजीचा रोटीचा सवाल रोजचाच आहे
कधी फाटका बाहेर कधी फाटका आत आहे
कामगार आहे मी तळपती तलवार आहे
सारस्वतांनो! थोडासा गुन्हा करणार आहे.

थोडे साहिलेले, पाहिलेले, जोखीलेले आहे
माझ्या जगाची एक गंधवेणाहि त्यांत आहे
केव्हा चुकलो, मुकलो, नवे शिकलोहि आहे
जसा जगत आहे मी तसाच शब्दांत आहे.

रोटी प्यारी खरी आणखी काही हवे आहे
याचसाठी माझे जग राजमुद्रा घडवीत आहे
इथूनच शब्दांच्या हाती फुलं ठेवीत आहे
इथूनच शब्दांच्या हाती खड्गे मी देत आहे.

एकटाच आलो नाही युगाचीहि साथ आहे
सावध असा तुफानाची हीच सुरवात आहे
कामगार आहे मी तळपती तलवार आहे
सारस्वतांनो! थोडासा गुन्हा घडणार आहे.

माझी आई

जेव्हा तारे विझू लागत
उंच भोंगे वाजू लागत
पोंग्याच्या दिशेने वळत
रोज दिंड्या जात चालत
झपाझप उचलीत पाय
मागे वळून बघीत जाय
ममतेने जाई सांगत
नका बसू कुणाशी भांडत
वर दोन पैसे मिळत.

दसऱ्याच्या आदल्या दिनी
जाई पाचांसह घेऊनी
फिरू आम्ही आरास बघत
साऱ्या खात्यांतून हुंदडत
किती मज्जा म्हणून सांगू
शब्दसाठे झालेत पंगू
भिंगऱ्या पेपेटे घेऊन
फुग्यांचे पतंग झोकून
जात असू पक्षी होऊन.

एक दिवस काय झाले
तिला गाडीतून आणले
होते तिचे उघडे डोळे
तोंडातून रक्त भळभळे
जोडीवालीण तिची साळू
जवळ घेत म्हणाली बाळू

मिटीमिटी पाहत होतो
माझे छत्र शोधीत होतो
आम्ही आई शोधीत होतो.

त्याच रात्री आम्ही पाचांनी
एकमेकांस बिलगूनी
आईची मायाच समजून
घेतली चादर ओढून
आधीचे नव्हतेच काही
आता आई देखील नाही
अश्रूंना घालीत अडसर
जागत होतो रात्रभर
झालो पुरते कलंदर.

क्षितिज रुंद होत आहे

आज माझ्या वेदनेला
अर्थ नवा येत आहे
आणि मेघांच्या डफावर
थाप बिजली देत आहे
आज मरण आपुल्याच
मरणाला भीत आहे
आणि मृत्युंजयी आत्मा
पुन्हा धडक देत आहे
आज शुष्क फांद्यांवर
बहर नवा येत आहे
भूमीच्या गर्भांमधुनी
बीज हुंकार देत आहे
आज सारे गगन थिटे
नजरेला येत आहे
काळोखाच्या तबकडीत
सूर्य गजर देत आहे
आज तडकलेले मन
एकसंध होत आहे
आणि उसवलेले धागे
गुंफूनीया देत आहे
आज माझ्या कोरड्या गा
शब्दांत आग येत आहे
आणि नव्या सृजनाचे
क्षितिज रुंद होत आहे.

थोडी ठेव

शिणलेली काया घेऊन
आलीस दमून भागून
लुटू लुटू चालणारी ती
पाडसे सोबती घेऊन
नाही देता आले छानसें
सानुल्या खेळणे घेऊन
म्हणून तरारून डोळा
आला का ग निळा वरूण
घळघळे काठावरून

मला भरपूर वाढून
स्वतः अर्धपोटी राहून
काळोखातच फिरविशी
गार बोटे गालावरून
अर्ध मिटल्या पापणीत
स्वप्ने येती पंख लावून
बाचुकली होऊन का ग
कुठेतरी जाती पळून
जाती जशा उल्का जळून

अशी थोडी ये ग जवळ
डोळ्यांच्या पाकळ्या पुसून
गळ्याखाली थांबवलेल्या
दुःखांचेहि हंडे ओतून
आधीच या भाराखालून
गेलोत पुरते वाकून
कर्दळी ग माझ्या सये
नको जाऊ गदगदून
थोडी ठेव वीज जपून.

थांब!

थांब! प्रकाशाची चूड आताच पेटवू नको
आपुल्याच तोऱ्यात पुढे पुढे सरकू नको
नाहीतर मलाहि हाती खड्ग घ्यावे लागेल
मित्रा! एवढा प्रसंग मजवर आणू नको

आतासाच कुठे तिचा डोळा लागलेला आहे
एक स्वप्न सारीका होऊन तिच्याशी बोलत आहे
ऐन रंगात आल्या आहेत सुखादुःखाच्या गोष्टी
अशा वेळी अक्रुरा, तुझे सैनिक धाडू नको

माझी गा दमून निजली खुराड्यात चंद्रावळ
मीहि शब्द जुळवीत जागा आहे उशाजवळ
मलाहि ऐकू येते आहे वाऱ्याची सळसळ
वेळेवर येण्याचा नियम आज सांगू नको

क्षण उशीराने नभ ऋतु वारे कंपेल जग
त्यानेच फुलवंतीचे रंगेल ना स्वप्न मग
नच जुमानलेस तर खड्ग हाती घेईन
सज्जना! असा प्रसंग मजवर आणू नको.

या मेघांनो

ही कर्मभूमि शिवबांची
ज्ञानेशांची अमरापुरी
पूल उतरून इंद्रधनुचा
या मराठीचिये नगरीं
या मेघांनो

संगर सत्याचा लढुनी
मोडून काढिला दंभ
त्या शहीदांच्या कबरीवर
वर्षवीत पहिले थेंब.

बंडवाला बांधव माझा
दडपिला भिंतीच्या आत
थांबून गजावर तेथे
ममतेने गोंजारा पाठ

व्हा जुलुमाला सामोरे
व्हा जनजीवनाचे भूप
चेतवा वीज पणतीने
जगी चिरंतनाचे दीप

नव संस्कृतीचे व्हा भाट
गीत गर्जत या मुक्तीचे
फुलवीत पंख मेघांचे
दूत होऊन या शांतीचे

ह्या आनंदवन भुवनी
घेऊन या अमृतकुंभ
ही सस्यशामला धरणी
भिजवून टाकू या चिंब

नांगरीले मनीचे वाफे
समतेची बीजे पेरून
सळसळा कोसळा येथे
कडकडा अंग मोडून

चालली जनतेची दिंडी
नवपंढरीच्या वाटेने
तारांगण मागून चाले
तुम्ही छत्र धरा थाटाने
या मेघांनो.

ऐसा गा मी ब्रह्म!

घालीन मी साऱ्या । ब्रह्मांडास पाठी ।
सोडवीन गाठी । दिक्कालांच्या ॥

विश्वाचे गोकुळ । खेळे माझ्या दारी ।
सूर्यांची लगोरी । टिचवीन ॥

ढगांचा गा हत्ती । बांधीन मी दारी ।
भरीन घागरी । अमृताने ॥

वाऱ्याची भिंगरी । अंगणीच फिरे ।
स्वर्गांची गोपुरे । तिडमीडे ॥

उभे करीन मी । वाकल्या आभाळा ।
शिक्षा केली त्याला । दंडवीन ।

राईचा पर्वत । पर्वताची राई ।
दोन्ही मज ठायी । सामावली ॥

ऐसा गा मी ब्रह्म । विश्वाचा आधार ।
खोलीस लाचार । हक्काचिया ॥

गलबलून जातो तेव्हा —

गलबलून जातो तेव्हा तुझ्याच पवित्र कुशीत शिरतो
तुझ्या मखमली कवेत स्वतःस अश्रूंसह झाकून घेतो

दिवसभर थकलेली तू तरीहि चैत्रपालवी होतेस
कढ उतू जाणाऱ्या दुधावर स्नेहमयी साय धरतेस

पदराने घाम टिपतांना नजरेला नजर भिडते
माझ्या केसांवरून तुझ्या पाचहि बोटांचे अमृत झरते

'किती वाळलात तुम्ही' पुन्हा व्याकुळ नजर मलाच शोधते
एवढ्या एकाच वाक्याने माझ्या हृदयाचे पोलाद होते

भुऱ्या जावळाआड आपुला सोनुला चंद्र स्वप्नधुंद असतो
एकदा त्याचेवरून; पुन्हा माझ्यावरून तुझा रेशमी हात फिरतो

जेव्हा तूच पाणावतेस तेव्हा छातीवरून ढग सरकतो
माझ्या देहाची ढाल होते माझा हात तलवार होतो

बाहेर फटफटते, ओले किरण खोलीत फडफडतात
रथचक्रासारखे पुन्हा पाय कारखान्याकडे वळतात.

युगस्वामी

हलले जर नाही वाऱ्याने तृणपान
पळणारे त्याचे खूर आणीन कापून

उडले न आभाळी जर मेघांचे बगळे
शिवून टाकीन विराट सागर बुधले

नवकोटी दीप जर नाही पेटले वर
ओंजळीत भरोनी उतरेन भूमीवर

जर नाही जुंपिला रथ सूर्याने आपुला
तर बांधून आणीन त्याला या नगरीला

वर दाही दिशांच्या खांबावरचा इमला
अन् सारी धरती माझा जमीन जुमला

मज करावयाचे नाही कुणासहि दास
धजू नये कराया मज भुरटा आदेश

मी वळणे घेईन तसेच त्यांनी वळावे
मी बैठक ठोकीन तिथेच त्यांनी बसावे

भविष्याचे पाखरू माझ्या खांद्यावरती
अन् श्रमणाऱ्यांचा सूर्य आहे सांगाती

तुम्ही अशाश्वतेची उकरून काढा मढी
मी शाश्वताचीहि रोवीन त्यावर गुढी

श्वासाश्वासांतून सुखाची मी पेरीन हमी
घडल्या जाणाऱ्या युगाचा मीच खरा स्वामी.

क्षण माघारी गेले

मलाहि वाटते तिला हात धरून न्यावे
निळ्या सागराच्या कुशीत बिलगून बसावे
विसरावे तिने अन् मीहि भोगलेले दुःख
एकमेका खेटून सारस जोडीने उडावे

झिमझिमत्या मेघधारेत दोघांनी भिजावे
तिच्या बिलोरी चेहऱ्यावरील थेंब मी पुसावे
थोडे तिने रुसावे आणि मीहि समजवावे
क्षणांत ढगाळलेले आकाश लख्ख व्हावे

रात्र संपूच नये अधिकच देखणी व्हावी
झाडे असूनहि नसल्यागत मला भासावी
तिची रेशीम कुरळबटा गाली झुळझुळावी
माझ्या बाहूंत पडून स्वप्ने तिने पाहावी

मऊ कुंतलांत फिरणारी बोटे झिणझिणावी
तिच्या श्वासांची पाखरे गालांवर फडफडावी
असे कैकदा वाटूनहि क्षण माघारी गेले
वाटेतच निरोप घेऊन 'लोकल' धरावी.

आज मला उसंत नाही

जीवनाच्या कावडीतून
दुःखगंगेचा भार वाही
आज मला उसंत नाही
चार उष्टेचे दीनार
कलाबुती नक्षी मिनार
याच विटक्या शय्येवर
माझे मरण मीच पाही
फूल होऊन सजलो
चांदणे लेवून नटलो
भीर्रर गगनी उडालो
आढळले पाश पायी
जीवनाचे पिळून पिळे
जिव्हेवर ठोकून खिळे
हृदयावर डाग निळे
साहिले परी मुक्ति नाही
प्रकाशाचे छाटून हात
अंधार खाई दूधभात
रात्रीस म्हणावी प्रभात
उलटा येथे न्याय भाई
टपटपलो मेघांतून
सळसळलो लाटांतून
घळघळलो अश्रूंतून
रिक्तच शामल धरा ही
वादळाची करीन वात
बिजलीचा धरीन हात
तटतटा तोडीन तात
गाठीस तेवढी पुण्याई.

तेथेच गा मुक्ति

असू दे जीवन । गेले कोळपून ।
त्यात मी ओतीन । संजीवनी ॥

पहाटेचा तारा । नाही आला घरा ।
तरीहि मी धरा । जगवीन ॥

सागराचा पेला । नाही मुखी गेला ।
बाष्प आभाळाला । देववीन ॥

ऋतुराज सहा । नाही आले गेहा ।
तरी मी या देहा । फुलवीन ॥

आवर्ताचे धुके । धूर क्षुब्ध ओके ।
चुकलेली टोके । मेळवीन ॥

सारे हलाहल । उग्र कोलाहल ।
घोर दावानल । आचमीन ॥

अश्रूंच्या थेंबांत । पेटवीन वात ।
उजळीन पथ । जीवनाचा ॥

माझी खरी शक्ति । आहे जनभक्ति ।
तेथेच गा मुक्ति । चिरंतन ॥

बालचंद्र

गोंदुनिया आभाळाच्या
मुखावर लाल तीळ
कांकणांचा गोल चुडा
हाती भरी घननीळ

नीलाक्षीच्या अंगठीत
आंदण का केला खडा
रांजणांत पाचूमोती
टाकुनिया भरी घडा

जर्दनीळा गोलकंठ
गळा नक्षत्रांचा हार
मोतीयांच्या गुंफणीत
कंठा शोभे मनोहर

आकाशाच्या तलावात
दिसे धरतीचे बिंब
अधांतरी कमळाचा
कळा झुले ओलाचिंब

चांदण्याच्या वेलीवर
झुलते का सोनफूल
मेघपाना आडुनिया
हसतचि दावी भूल

दर्दभऱ्या कहाणीचा
शेवट गा आहे गोड
दुरावल्या आभाळाला
बालचंद्राचीच ओढ.

क्षणात जिंकीन

माझ्या मायदेशी
        यावेच सर्वांनी
फुगड्या घालाव्या
        फुला तारकांनी
मेघानेही यावे
        डुलत झुलत
विजेनेहि यावे
        लवत फुलत
नटली नगरी
        रंगाने गडद
पिवळ्या शेतांची
        लावून हळद
निळ्याभोर पानी
        चांदण्याचा चारा
सह्याद्रीचा मोर
        उभारी पिसारा
हिरव्या पक्षांनो
        फुलवा ही बाग
भूपाळीत ओवा
        मालकंस राग
अगा सूर्यदेवा,
        स्पर्श करा येथे

ऐशा भूमीपुढे
        नमवावे माथे
ज्ञानीयांची कुणी
        काढा बरे तीट
मराठीचा थाटा
        संसार हो नीट
अमृताते पुन्हा
        पैजा मी लावीन
थोर भल्या भल्या
        क्षणात जिंकीन

पुन्हा भेटू सखे —

पुन्हा भेटू सखे केतकी बनात
वाहाते जीवन अश्रूंच्या पुरात
दास्याचा खंजीर सलतो उरात
अंधारून येते अधिक आभाळ
कसाबसा दीप जळतो घरात
आणाया निघालो मंगल प्रभात

इथे लाख जन जमती रणात
उभा स्थिर राही सूर्य गगनात
अग्नि पेटवीला स्वातंत्र्य ज्योतीने
कशी ठेवू सांग तलवार म्यानात
कडाडे ग वीज वरती घनात

माझ्या पाठीमागे कारखाने आले
खडे सज्ज झाले गवताचे भाले
असा पेटलो मी जसा सूर्य तापे
तुरुंगाचे क्रूर गज वितळले
माझे हात शूर बंधूंच्या हातांत

कथायास गूज आला नाही वारा
वर पाहताच तुटला का तारा
का ग डोळा आले काळे कृष्णमेघ
पापण्यांचा का ग बावरे किनारा
काही किंतु नको आणू तू मनात

हार इथे नाही जीत जय बोले
माघारचा शब्द धूळ खात लोळे
मातीचे जेव्हा मी घेतले चुंबन
विजत्याचे बळ अंगी संचरले
धुळीचा ग दीप पेटे दिमाखात

लुमुम्बास सलाम

माझ्या देशाची गंधवती हवा
माझ्या देशाचे जागणारे तारे
करीत राहतील रात्रभर
तुझ्या प्रिय कांगोवर पहारे

पहाटेस निघणारे जहाज
अर्घ्य अर्पिल पहिले तुला
झुक् झुक् चालणारे इंजिन
शिट्यांची सनई ऐकविल तुला

माझ्या गगनीचा धवलचंद्र
तुझ्या सोनुल्यांचा होईल मामा
धरून पाचूसम लाल बोटे
माझ्या मराठीचा नाचेल नामा

हे शूर कांगोतील महाकवे
तुला सहस्र हातांचे प्रणाम
खोदतात मृत्यूसाठी कबर
त्या आशिया-आफ्रिकेला सलाम.

अपराधी

जगाच्याच का? स्वतःच्याहि नजरेतून उतरलो आहे
आपले मूल्य किती याचाहि अंदाज जमू लागलेला आहे

ऋतुवारेच का? तिच्याहि नजरेतून उतरलो आहे
दिसोदिस मला माझीच करुणा येऊ लागलेली आहे.

ताऱ्यांच्या छायेखाली, मित्रांच्या मैफलीत रंगलेलो आहे
कधीकाळी तिच्याहि नजरेत स्वर्गसुख झालेलो आहे.

आज शरमते आकाश मातीहि तिरस्कार धरून आहे
गुन्हा काय झाला कोणास ठाऊक; गुन्हेगार झालेलो आहे.

तेवढ्या दर्शनाने

हात उंचावून माझी फुले स्वागतास जातील
त्या क्षणी मी असेन की नसेन कोणास ठाऊक?
जेव्हा तारे आप्त म्हणून माझ्या घरी येतील
उभा दारी असेन नसेन कोणास ठाऊक?

येणाऱ्या नवरचनेस माझाहि सलाम सांगा
ह्याच भव्य क्षणासाठी उभी हयात जाळली
काहीजण लोहघण हाती धरून उठलो
बंडाव्याची कोटी बीजे याच भूमीत पेरली

ऋतूंनो, वाऱ्यांनो, फुलांनो, नाजुक पऱ्यांनो
जेव्हा ह्या देशात याल कदाचित् मी नसेन
आताच तुमच्या हालचाली शब्दांत येतात
तेवढ्या दर्शनानेच मी पुलकीत पावेन.

तुझ्या चक्षूंची म्या —

तुझ्या चक्षूंची म्या । बाहुलीच व्हावे ।
डुंबूनी नहावे । तळ्यामाजी ॥

तुझ्या डोळीयांनी । पाहावे खगोल ।
आकळावे बोल । आभाळाचे ॥

तुझ्या लोचनांत । यौवनांचे बाग ।
राग अनुराग । सारे काही ॥

तुझ्या चक्षूमाजी । मातेचा ओलावा ।
शीतल गिलावा । पोळलेल्या...॥

तुझ्या डोळीयांत । नाही वंशभेद ।
परी अंधा खेद । वाटतसे ॥

तुझ्या लोचनांची । पापणी का गळे ।
सूर्यास का खळे । चक्राकार ॥

तुझ्या डोळीयाचे । उदास का घट ।
उधळीला पट । शोधू पाहे ॥

लावून गा डोळे । किती ताटलास ।
काळ्या कातळास । झीट न ये ॥

थरकू नको

आवडीने रांधलेला भात
खावयास मी नसेन घरात
उद्याचे नवे रचाया बेत
मी हजर असेन सभेत

उपाशीच वाट पाहू नको —

ताऱ्यांनी भिजे उत्तररात्र
शहारे तुझे तरुण गात्र
याचक्षणी मी गर्दीत मात्र
रंगवित असतो भुईपत्र

सरते प्रहर मोजू नको —

कधीतरी राक्षस येतील
आपुले दार ठोठावतील
घराची झडतीहि घेतील
कदाचित् तुलाहि नेतील

क्षणभरहि थरकू नको —

इशारा

येत आहोत आम्ही त्यांना इशारा करा
घोषणांचे फलक हाती धरावे नीट
आणि आपापसांत थोडे वाटावे मीठ
करा तेजासम नजर रोखून धीट

मुक्ततेचा ध्वज आज भिडवावा अंबरा —

गर्जना अशी करा मेघ मुके होतील
मशालीत आग थोडी वीजहि ओतील
मुक्तिध्वज सूर्यहि खांद्यावर घेईल

हलेल त्रिखंडहि असा पुकारा करा —

कारखान्यांचे भोंगे येती झुंजाया तोफा
झापा टाकीत निघतो धरतीचा वाफा
खड्गे होऊन उठतील लेखणीच्या नीफा

अक्षौहिणी सेनांचा अंगार ये संगरा —

नांगरून ठेविली बादशाही जहाजे
कफन अंगी घालून सज्ज दर्याचे राजे
निळ्या पाण्यात आज नवे उत्थान गाजे

घेरिला शूरांनी पूर्व-पश्चिम किनारा —

रॉकेटांना उंच झोकणारे हेच बाहू
पृथ्वी हातावर तोलणारे हेच बाहू
आकाशीचे तारे खुडणारे हेच बाहू

झुगारून उठेल शृंखलांचा पहारा.

शब्दांचे ईश्वर

कवितेऐवजी रद्दी विकली असती तर बरे झाले असते
निदान देणेकऱ्यांचे तगादे तरी चुकविता आले असते
असे झाले नाही; आम्ही शब्दांतच इतके नादावलो; बहकलो
असे झाले नसते तर कदाचित् इमलेहि बांधले असते

लोकसेवकाच्या भूमिकेत सारे जीवन अदा केले असते
अडलेल्या हरेक याचकाने झुकून सलाम केले असते
'फियाट'च्या मऊ गादीत बसून वाऱ्यालाहि गुलाम केले असते
जमलेच असते तर गावांत चार कारखाने बांधले असते

चषकांतील घोट गिळीतच गालावरचे चंद्र न्याहाळीले असते
रोमियोची मजनूची याद काढून (हाय) आयुष्य घालविले असते
दरेक सभासंमेलनाचे अध्यक्षस्थान आम्हीच भूषविले असते
दारिद्र्यात दिवंगत झालेल्या कवीचे स्मारकहि बांधविले असते

आम्ही नसतो तर हे सूर्यचंद्र, तारे बिचारे फिक्के फिक्के असते
बापहो! तुमच्या व्यथांना शब्दांत अमर कोणी केले असते?
जन्ममरणाच्या प्रवासात आम्हांशिवाय सोबतीस कोण असते?
चला बरे झाले; आम्हांलाच कवितेत खराब व्हायचे होते.

येता का सांगाती

कुणा वाटे खंत । कुणा येई वीट ।
पोट दीड वीत । कुणा सुटे ॥

दारिद्र्याचे उन । जैसा चैत्रमास ।
झालो आम्ही दास । अगतीक ॥

कर्पुरासम मी । जाळतो आयुष्य ।
निर्मितो भविष्य । दुज्यासाठी ॥

पाहातो गा नित्य । सत्याचे मरण ।
असत्य चरण । पूजतांना ॥

लटकाच भाव । तोंडावर सारा ।
अंतरी निखारा । वेदनेचा ॥

पुनवेचा चंद्र । आहे हृदयांत ।
परी या दास्यात । अमावास्या ॥

उभा जगहाटी । स्वतःला विकीत ।
स्वप्नांना फुंकीत । दमडीस ॥

ऐसा गदारोळ । माजतो बा येथे ।
किती खावे गोते । भोवऱ्यात ॥

चालले पुढेच । येता का सांगाती ।
तेजाची दिवटी । धरोनीया ॥

माफ करा

जगणे कठीण झाले आहे तरी जगायचे आहे
साहण्यासारखे अजून पुष्कळ साहायचे आहे
घडीभर अंधार राहिल नंतर पहाटच आहे

मग आजच सारी आयुधे टाकून येऊच का?
माफ करा एवढे काम मला सांगूच नका!

आपले म्हणून काही राहिले नाही माहीत आहे
दिवस येतो, सुनाच जातो, हे सारे माहीत आहे
कधी वाट मिळते, कधी मुकी होते, माहीत आहे

चाचपीत, ठेचाळत चालणे सोडून द्यावेच का?
माफ करा एवढे काम मला सांगूच नका!

ताऱ्यांच्याहि पुढची दुनिया माझ्या नजरेत आहे
एक फूल, एक हृदय, एक ग्रंथ नजरेत आहे
नजर रोखून बसलो तो क्षणहि समीप आहे

काळोखाचे कैदी तुम्ही उगा धाक दावूच नका!
माफ करा एवढे काम मला सांगूच नका!

२२ फेब्रुवारी

अशा नरकतुल्य जिंदगीत मीहि बेचैन होतो तेव्हा याद येते
डेकवर गस्त घालणाऱ्या तुमच्या पावलांमागे माझी वेदना पृथ्वी होते

सवाल एक होता तुमचा अमुचा; रोटी हवी जिंदगी हवी
अजुनहि सवाल तोच आहे; तुमचा अमुचा रोटी हवी जिंदगी हवी

तेव्हा खळाळले होते पाणी तडाड उडाल्या शृंखला अस्मानात
कडाड मोडली होती आम्ही रणगाड्यांची हाडे; मुंबापुरी नगरात

घेतले होते नगर मुठीत, आकाशहि आले होते खुशीत
सातहि घोड्यांचे लगाम सैल करून सूर्य पळत होता पश्चिमेत

बंडवाले तुम्ही, तळपला; बंद झालात अंधारकोठडीत
अजून जिवंत आहे मी, तुमचा कवि, राहीन कथा ऐकवीत

कसे होता तुम्ही, कसे लढले शहर, कसा घातला पोलादी घण
कसे पळाले फिरंगी, लढलात रणंरगी, रक्तात गेला रंगून

असाहि दिवस येईल तेव्हा मी तुमच्या हाताचा मुका घेईन
ज्या हातांनी डागली तोफ त्या पवित्र हातांचे आशिष घेईन.

पहारा

तुझ्या पापण्यांचा पहारा माझ्या शब्दांवर असतो
म्हणून माझ्या पद्यपंक्तींत व्यभिचाराचा अंश नसतो
सदैव माझ्या कवितेत सत्याचा सहवास असतो.

मिळविलेले सारे साठवितेस जपतेस फोडासारखे मला
जसे झाड जपते फुलास; आकाश जपते सूर्याला
सुखदुःखांतहि तुझ्या स्नेहाचा धूपदीप जळत असतो.

शिल्पकारासारखे टोकरू लागते पेन इच्छांचे घरटे
त्यावर तुझ्यामाझ्या आकांक्षाचे गुंडाळीत असतो तरटे
हिरव्या फांदीसारखा झुकलेला तुझ्या गालांचा गारवा असतो.

घरट्यात उतरू लागते चांदणे मीच मयूर होतो
मोरपंख पसरून ताऱ्यांच्या रोखाने उड्डाण करतो
हर्षाने खिदळतेस आणि जीव डोळ्यांत झुरत असतो.

कधी शब्दांच्या पलटणी खांद्यावर रायफली घेतात
कधी डुलणारी शेते; कधी बंडवाले कामगार होतात
शब्द झुंजतात गरूडासम तुझ्या मुठीत मेघझरा असतो.

अमुची दुनिया

लुत अंगावर सडलेली
तुमची दुनियाच निराळी
        अमुची दुनियाच निराळी

आफ्रिकन अथवा इस्लाम
हिंदेशिया बर्मा सयाम
बंड करती जे जे अनाम
त्यांना हिमालयाचा सलाम
आम्ही पेरीत नसतो युद्ध
आम्ही निर्मित असतो बुद्ध
आम्ही गाळीत असतो घाम
कमवितो तयावर दाम
        युगधारेत चिंब न्हालेली
        अमुची दुनियाच निराळी

कधी शहराच्या रस्त्यावर
झेंड्यांचे झुलवित सागर
आम्ही काढितो भव्य जुलूस
सौख्याचे सजविण्या उरूस
बगलेत धुरांडे दाबून
राजमुद्रा त्यावर ठोकून
रणपंडित लढतो आम्ही
बलवानच ठरतो आम्ही
        अशी गाजते रोज धुमाळी
        अमुची दुनियाच निराळी

आम्हा अस्मान ठेंगणे सारे
अमुचे मित्र हे तारे वारे
घण घेऊन सूर्य ये कामा
ढग प्रणाम करती आम्हा
साऱ्यांतून शेतमळ्यांतून
या देशाच्या दरीखोऱ्यांतून
गंगेच्या नील लहरीतून
धरतीच्या तरू पर्णांतून

आम्ही उभेच सांजसकाळी
अमुची दुनियाच निराळी.

कणिका

माझी जखम जेव्हा घेते आभाळाचे रूप
त्याच व्यथेने का जळती सूर्य-चंद्राचे दीप

✧ ✧ ✧

तुम्ही झालात युगग्रंथातील एक पान
शिकविल्या अर्थांचे ध्वज धरून निघालो
काही उरलेच नाही गमाविण्या जवळ
आता मातीसह आकाश घेऊन निघालो

☼ ☼ ☼

माझीहि अन्तयात्रा राजपथावरून सरकेल
कुणीतरी अजान देईल; कुणातरी हुंदका फुटेल

✧ ✧ ✧

हे कारखाने गिरण्या आमुच्या दुनियेचे अलंकार
लक्ष तारे माळून मोरपिसे खोवून सौंदर्य इथून येणार
ह्या झोतभट्ट्या, गोद्या, लोहरूळ, हे गजबजलेले रस्ते
हा फौजफाटा निघणार शस्त्रे घासून दारिद्र्याच्या सहाणेवर.

हे रिक्त हातांनो!

हे रिक्त हातांनो!
माझ्या देवतांनो!

तुम्ही बोटांच्या परिसाने
शृंगारिली अनंत भुवने
तीक्ष्ण नखांच्या पिंजणीने
पिंजली कापसाची बने
दळीत गेले युगचक्र
नाही केली भृकुटी वक्र
मुग्ध राहिलात राबत
साखळदंडांत पिचत

हे थोर किमयागारांनो!

गिरणीच्या चिमणीवर
थांबतो सूर्य क्षणभर
पाहतो कौशल्य बोटांचे
भिरभिरत्या पाखरांचे
घामात निथळतो राम
कामात दंग असे घाम
नाही चिंधीहि अंगावर
मुके राबता साच्यावर

यंत्रावर जळणारांनो!

आकाश मापणारी मान
साहेबापुढे होई सान
कुरकुरे पेनचे संगीत

यातच दडते इंगित
खर्व-निखर्वाचे आकडे
गणित बुजते बापुडे
शिणतो मेंदू ये चक्कर
नफ्याचे सरे ना लष्कर

मुके दुःख गिळणारांनो!

शेतावर माचा रचून
करितो मोत्यांची राखण
खसखसा कापतो विळा
आशेने करितसे गोळा
मळणीच्या खळ्याभोती
चुरडती पिवळी पाती
तरी नाही पोटात अन्न
कंदमुळ्यांत गुजराण

नांगराच्या तप्त फाळांनो!

युगाचे तुडवीत पथ
गडगडत गेला रथ
हाकांनी उठविले वेद
शुद्र झाला येथेच स्वेद
तेच केले त्यांनी संचित
तुम्हा ठेविले वंचित
न्याय मिळेल का येथ
आशेने राहिला पाहत

हे माझ्या युगपुरुषांनो!

याचनेसाठी झुकलेले
ममतेसहि मुकलेले
पराक्रमाने रंगलेले
बंदीगृहांत गंजलेले
जीवनास कवळणारे
मृत्यूसहि आवळणारे
झऱ्यांसम स्त्रवणारे
यमुनेसम वाहाणारे

जीवनाच्या शिल्पकारांनो!

हाताच्या सहस्त्रसूर्यांनो
प्रकाशाच्या तेजोगोलांनो
यंत्राच्या टणक दात्यांनो
मातीच्या हिरव्या पात्यांनो
मुठींचे ध्वज उडवावे
वाऱ्यावर हंस सोडावे
करावा यात्रेस प्रारंभ
नव्या सृजनास आरंभ

नवे युग रचणारांनो!
हे रिक्त हातांनो!!

येतेस दमून —

खुराड्यातील जग माझे
उठते ग कलकलून
तू येतेस जेव्हा दमून

खिडकीत येऊन बसे
आकाशाचे पाखरू छान
तू येतेस जेव्हा दमून

गोबऱ्या गोबऱ्या गालाचा
ससा नेमका उठे हसून
तू येतेस जेव्हा दमून

तू येतेस जेव्हा दमून
येती श्वासच परतून
घरात शीतळसे ऊन.

तोवर तुला मला

याच वस्तीतून आपला सूर्य येईल
तोवर मला गातच राहिले पाहिजे
नगर वेशीत अडखळतील ऋतु
तोवर प्रिये जागत राहिले पाहिजे

तुझे कुंतलहि आताच विंचरून ठेव
अंबाड्याच्या पेडांत फुले मी खोवीन
माझ्या डोळ्यांच्या ऐन्यात पाहून घे रूप
तुझ्या कानांच्या पाळीत तारे मी खोवीन

कालच्या सभेत गाईलेले मी गीत
ज्यांत तुझ्या माझ्या आशांचे खजिने होते
त्या ओळीहि ओठांवर घोळवून ठेव
ज्यांत तुझ्या माझ्या सुखाचे छबिने होते

आणखी एक काम करावे तू लगेच
फाटक्या कोटासहि टाके घालून ठेव
फुले हुंगीतच जाऊ दोघेहि गर्दीतून
तुझी रेशमासम बोटे दंडात ठेव

याच वस्तीतून आपले सुख येईल
तोवर तुला मला जागलेच पाहिजे
दारावर येतील सोनेरी मनोरथ
तोवर प्रिये वाट पाहिलीच पाहिजे.

ऐसे दिसे चित्र

उद्याच्या युगाची । दिसे नवसृष्टि ।
आनंदाचि वृष्टि । चोहीकडे ॥

नसे तेथे खंत । नसे जात पंथ ।
अवघा सुपंथ । जीवनाचा ॥

स्वेदाच्या थेंबांत । न्हाते गा धरणी ।
अर्घ्य गे तरणी । प्राशुनिया ॥

यंत्राच्या हाताने । उभारी गोपुरे ।
अज्ञात शिखरे । धुंडाळाया ॥

चवऱ्या ढाळीत । वात वाहे तेथे ।
ताड माड माथे । घुसळीती ॥

इंद्रधनु फित । मानवी दंडास ।
सातहि खंडांस । सात रंग ॥

नक्षत्राची फुले । घालुनि गळ्यात
मळणी खळ्यात । करी ब्रह्म ॥

कुंकवाचा चंद्र । डोईवर घडे ।
चाले नार पुढे । हंसगति ॥

चंद्राचा सिग्नल । पडतो गा जेव्हा ।
राव्यांचा गा थवा । पर खोली ॥

श्रम आणि सत्य । सौंदर्याची गाथा ।
सारे झूट मिथ्या । याच लोकी ॥

घट्ट ज्यांचे हाती । त्यांचे असे राज्य ॥
अन्य दुजे त्याज्य । बलवंत ॥

सज्ज असे तेथे । श्रम इंद्रचाप ।
हरण्यास ताप । ब्रह्मांडीचा ॥

ऐसे दिसे चित्र । मज 'नारायणा' ।
किती सांगू खुणा । चिरंजीवी ॥

दोन दिवस

दोन दिवस वाट पाहण्यात गेले; दोन दुःखात गेले
हिशोब करतो आहे किती राहिलेत डोईवर उन्हाळे
शेकडोवेळा चंद्र आला, तारे फुलले, रात्र धुंद झाली
भाकरीचा चंद्र शोधण्यातच जिंदगी बरबाद झाली
हे हात माझे सर्वस्व; दारिद्र्याकडे गहाणच राहिले
कधी माना उंचावलेले, कधी कलम झालेले पाहिले
हरघडी अश्रू वाळविले नाहीत; पण असेहि क्षण आले
तेव्हा अश्रूच मित्र होऊन साहाय्यास धावून आले
दुनियेचा विचार हरघडी केला अगा जगमय झालो
दुःख पेलावे कसे, पुन्हा जगावे कसे; याच शाळेत शिकलो
झोतभट्टीत शेकावे पोलाद तसे आयुष्य छान शेकले
दोन दिवस वाट पाहण्यात गेले; दोन दुःखात गेले.

सुने आभाळ

तिच्या मायेच्या हाताने
जोजविले आहे त्यांना
तिच्या स्नेहाळ बोटांनी
घास भरविले त्यांना

आज नाही ती हयात
फक्त उरे परिमळ
माझ्या खोलीच्या आतील
सुने सुने हो आभाळ.

चंद्र

मन माझे तुझ्या लेथवर येते आकाश होऊन
खिळते नजर लावून हृदय जाते मोहरून
मायेने कवळणारे हात भव्य लेथ चालवितात
विसरून जातोस तू, तेही भान विसरतात
तुझी रेखीव हालचाल तुझे एकाग्र जागृत मन
छानसे भट्टीचे तांबुस उतरते गालावर ऊन
कशी तटतटते शीर डोळ्यांत सूर्य लपतात
शहारते पाहून गतीस हात जपण्या धावतात
चार सोबत्यांत शोभतोस जणू पौर्णिमेचा चंद्र
परतते पुन्हा खात्यात; लपवून उरात चंद्र.

भारतीय जवानाचे पत्र

आपले लाल कौलांचे दोन खणी इवले सुंदर घर
तांबड्या मातीच्या भिंती; त्यावर तूच चितारलेले मोर
घरासमोरचा जुना पिंपळ घेऊन चांदण्यांचा घडा
हिमालयाच्या रक्षणासाठी जसा मी इथे बंदुक घेऊन खडा
चिमणे हंसपक्षी निजले असतील तुझ्या उबदार कुशीत
पिंपळावर आला असेल चंद्र; माझी याद सांगीत
हवी होतीस तूही इथे पट्टे गोळ्यांचे झरझर सारीत
दोघांनी मिळून आपण शत्रूस केले असते गारद

थांब; हुकूम झाला आहे, अग्निवर्षाव करतो, मग लिहितो.

निघालो तेव्हा सूर्य येत होता डोंगराआडून पेंगत
हिरव्या पर्णराजीत गाव होते कमळासारखे उमलत
दंव होते लकाकत; पाखरे दिगंत व्यापाया निघाली
शेतांत हारीने वाकलेली कणसे तरारून चमचमली
बांधून पाठीस भाकर निघालो आईचा आशीर्वाद घेऊन
दोन्ही भुजांच्या पंखांत उभी होतीस बोबडपंखी घेऊन
गावकरी आले, पाठीवर हात फिरले, छातीत बळ आले
जयजयकाराने इंद्रायणीचे; माझ्या गंगेचे पुन्हा काठ भिजले

थांब; हुकूम झाला आहे, पुढे सरकण्याचा, आधी पुढे सरतो.

हा भव्य हिमालय, चकाकणारे बर्फ, ही उत्तुंग शिखरे
झुलते इथे आकाश, चिवचिवत उडती नटरंगी पाखरे
अशा थोर भूमीत जन्मलो आपण इथेच जन्मला बुद्ध
सांडले अकारण रक्त चिन्यांनी लादले अकारण युद्ध

चिनी सैनिक हेरू; पिटाळून लावू भारतीय हद्दीतून
तेव्हाचा घराच्या ओढीने आमचे पाय वळतील सीमेवरून
सांग गावकऱ्यांना हुश्शार रहा! आणि तूही थोडी हो धीट
विजयी होऊन परत येणार आहे; तूच ना काढलीस तीट

आगे बढो; हुकूम झाला आहे, आम्ही ध्वज उंचावून चालतो.

शहीद हो!

सूर्य तुम्ही तेजाळ आम्ही झुंजुमुंजु उषा
रक्तप्रकाशे तुम्ही जागविली पूर्व दिशा

फूल तुम्ही धरणीचे, आम्ही जागृत कळे
हाक येता वसंती, फुलवू लक्ष मळे
गरूड तुम्ही, आम्ही तुमचेच पंख
झडपू पन्नग सारे जे करिती डंख

ज्ञानयाची ओवी तुम्ही, आमुची जिव्हा पोथी
साक्ष इंद्रायणीची जडली तेथेच नाती
कळस तुम्ही शिखरी, आम्ही पोलादी खांब
तांडवनृत्य तुम्ही, आम्ही जनशक्ति सांब

धैर्यमेरू हो तुम्ही, आम्ही उन्नत कडे
अन्यायी वादळाशी झुंजण्या ताठ खडे
श्वसन आणि सृजन तुम्ही, तुम्ही जनजीवन
अरुण तुम्ही, वरुण तुम्ही, तुम्ही चिरतरुण

शहीद हो! गजर तुम्ही, आम्ही वारकरी
ध्वज तुमचा डौलाने नाचे खांद्यावरी.

त्याने यावे

असेल हिंमत लढणारांची
आणि सुळावर चढणारांची
निर्भय निधड्या छातीवरती
जुलूम रगडीत जाणारांची

त्याने यावे —

कसले भेद अन् खुरटे वारे
मोजीत बसला वरचे तारे
चुलीत ज्यांच्या विस्तव नाही
तेथे फुलतील कसे निखारे

उगा रुसावे —

रोज बडविती नवेच ढोल
हवेत जिरती फुसके बोल
थंडे ताबूत झाले तरीहि
उगाच बसले घालीत घोळ

किती दळावे —

हरला असेल त्याने यावे
अन्यायावर तुटून पडावे
पीडला असेल त्याने यावे
आणि व्यथेवर औषध न्यावे
खचला असेल त्याने यावे
बोल धीराचे मनन करावे

वंचीत असेल त्याने यावे
स्वतःस फुंकून पावन व्हावे

लखलखल्या पात्यांनी यावे
घरघरत्या जात्यांनी यावे
अणुअणूच्या कणाकणांतून
उसळत धुमसत पेटत यावे

जाळीत जावे; घडवीत यावे
संहारावे; उभवीत यावे
विराट श्रमसूर्याच्या कक्षेत
स्वतःस उजळीत मुक्त फिरावे.

खुलेल गोमंतक जनजीवन

पायवाटा अधीर आहेत आपल्या स्वागतास
पहाडांचे पहारेकरी डोळा भिडवून डोळ्यास
माडांच्या बाहुंनी माळा टांगिल्या आकाशछतास
फुले टोचिली आहेत पानांनी हिरव्या कोटास
उधान आले आहे दख्खनच्या दूधसागरास
वारा ओढीतो खाली रेंगाळणाऱ्या उन्हास
दुमदुमले पुन्हा गोव्याचे फुलवंती आकाश
झरू लागला रुपेरी प्रकाश!

भारतीय सेनेने कूच केले वादळगतीने
स्वातंत्र्यसूर्य घेऊन निघाले अंधाराच्या रोखाने
पंखूट भुईस टेकून उडालीच जेट विमाने
पाणी कापीत जहाजे सुटली गोव्याच्या दिशेने
हलली लिस्बनची दारे तडकली तावदाने
मगरूर फिरंग्यांस आवळले पोलादी पंजाने
शेवटची बोट धरून पळाले लिस्बनच्या वाटेने
मुक्त केला गोवा त्वरेने!

वाहू द्या दूधसागराचे पाणी बेटाबेटांतून
झिरपू द्या कोवळे ऊन माडांच्या झापांतून
फूलतुरे डोकीस खोवून हसू द्या माळरान
बसतील डोंगर पुन्हा हिरवे मुकुट लेऊन
पडावाची शिडे निघतील खारा वारा पिऊन

लाटांच्या ओठांवर खेळतील स्वातंत्र्यचरण
सौंदर्याने खुलेल नवे गोमंतक नंदनवन

गोमंतक जनजीवन!

रथ त्याचा आवरा

ऐन रणांतुन सूर्याने
का घेतली माघार

मिट्ट काळोखाच्या दिशेचे
गाठू पाही भुयार

अजुन मुठीतले खड्ग
नाही घेतले मागे

अजुन झुंजाराचे गीत
आकाश करी जागे

अपयशाचे चार कडू
घोट गिळले जरी

विष पचवून उरलो
दहा अंगुळे वरी

रक्तात भिजली पश्चिम
भानु होई घाबरा

अगा जरा धावून कुणी
रथ त्याचा आवरा.

सारे तुम्हा हाती

उठावे मातीचे फलक धरून
उठावे सागर चषक घेऊन
निघावे मेघांसारखे जमून
नव्याने विजेची तुतारी फुंकून

धरावा मुठीत नांगराचा फाळ
चलावे नभाचे नांगराया शेत
गव्हाची पिवळी कणसे घेऊन
उतरावे गात लुमुम्बाचे गीत

ताऱ्यावर नवी बांधावी धरणे
ग्रहांवर थोडी खेळवावी वीज
आणिक येथील कळकीचे छान
सूर्यासहि भेट द्यावे अलगूज

कैक युगे दूर रुसून चांदणी
तिला एक द्यावा बांधून सोपान
दोघांनी आपुल्या कोमल करांनी
घडवून आणावे चिर-मीलन

उठावेच आता गर्वानेच पुढे
थोडी शिंपडून डोईवर माती
चला जिंकण्यास तरुण हातांनो
अगा या युगाचे सारे तुम्हा हाती.

पाहुणे

शब्द पाहुणे होऊन आले होते त्यांना आज पोचवून आलो
का कोण जाणे उदास वाटते; स्वतःलाच हरवून आलो
वळताना उरात आले; यांच्यासोबत अस्सेच घर सोडावे
मन ढोर झाले होते; घराजवळ येऊन भानावर आलो

अशी ताटातुटी होणारच, भयकंपित होऊन कसे चालेल?
अर्ध्यावर चालून आलो; अर्ध्यावर वळून कसे चालेल?
कालच कुणीसे डोकावून गेले, त्यांना टाकून कसे चालेल?
कढ दाबीत पुन्हा निरोप देईन, त्याशिवाय कसे चालेल?

डोंगरी शेत

डोंगरी शेत माझं ग मी बेनू किती
आलं वरीस राबून मी मरावं किती

कवळाचे भारे बाई ग घेऊन चढावं किती
आडाचं पाणी बाई ग पाणी वडावं किती
घरात तान्हा माझा ग तान्हा रडंल किती
तान्ह्याचं रडं ऐकून पान्हा येईल किती

आलं आलं वरीस जमीन नांगरून
उभं पीक नाचे सोन्यानं फुलून
पर एक मेला सावकार ठोला
हिसकून घेतो बाई सोन्याचा गोळा
असं उपाशी राहून ग आम्ही मरावं किती

म्हागाइनं बाई घातला हैदोस
गळा आवळी बाई सावकारी फास
कुनाचे देऊ आन कुनाचं ठेवू
अशीच वर्सावर वर्सं जातील किती

या संसारा बाई सांजी येईना
रक्त गाळून अंगा धडूत मिळंना
कष्टाचं फळ बाई पदरांत पडंना
टीचभर पोटाला, हातभर देहाला जपावं किती

अक्षय ऱ्हाया कुंकू कपाळा
संसार वेलीच्या फुलवाया फुला
रूप नवं आणू माय धरतीला
तोडू जुलुमाचे काच, हे रावणी फास
एकीचं निशाण हाती.

माझी माय आली

माझी माय आली माझीया घराला
दवडवा हो द्वाही आज दाही दिशा
महाराष्ट्र देशी उगवते उषा
स्वप्न शहीदांचे आले उदयाला

फुंका शिंगकर्णे जयध्वज उभारा
सारा मायदेश फुलांनी शृंगारा
अमृताची वाणी येई राऊळाला

सह्यगिरी संगे निघे रत्नाकर
कोटिकोटि दीप पेटवी अंबर
सूर्य-चंद्र बिंब शोभे पालखीला

ज्ञानीयांच्या देवा उघडा हो ताटी
नाथा तुक्याने बांधाव्यात गाठी
धावे इंद्रायणी पाय धुवायला

आज समर्थांच्या शब्दा मोल आले
थोर शिवबाचे नेत्र ओले झाले
लव कोटि माथा मुजरा करण्याला

कबिराच्या संगे मराठी अभंग
रंगुनिया नामा वाजवी मृदंग
सारे भारत हो लागे डुलायाला

राजदंड द्याया पुन्हा माय हाती
नवसंस्कृतीच्या पेटवाया ज्योति
समतेची बीजे निघा पेरायाला.

रवि चालला घरा

सोन्याचा ओलांडून उंबरा
चालला रवि आपुल्या घरा

ढग डुलत झुलत चालले
पक्षीगण परतु लागले
भव्य पूर्वेच्या नगरात
नवलाख दीप झिळमिळे
चंद्रहि आणि दूधधारा

नदीतटी बुडवून घागर
बिगी परते गवळ्याची नार
डोंगरावर गुराख्याचा पोर
हाकवीत वळवी खिल्लार
खांद्यावर टाकून नांगरा

तारकांची माळुनिया वेणी
भाली चंद्रतिलक रेखुनी
गंध केवड्याचा उधळून
दारी उभी पृथ्वी हिरकणी
रंग येतो सृष्टि दरबारा

वाटेकडे लावुनिया डोळे
उभी असतील हसरी फुले
कांकणाच्या गोड धुंदीत
भाकरीचा वास दरवळे
बोलावी पायवाट घरा.

गाडी आणा बुरख्याची

गाडी आणा बुरख्याची, बुरख्याची दोन चाकी

मखमलीचे पडदे ठेवा
रंग आभाळाचा द्यावा
टिकल्या चांदण्यांच्या लावा
चंद्रकोर तुरा खोवा
पश्चिमेच्या ढगांतील हो, ढगांतील जडवा सोनटिकी

फुलाने भरे जैसी धरा
गाडी सजवा ऐसी चतुरा
दो बाजूंचा मोर पिसारा
फुलवील चंदेरी वारा
झाडाच्या हो झुल्यावानी, गाडी अंग झोकी

धावे शामकर्ण जोडी
वळणे घेऊन नागमोडी
मागे रथावानी गाडी
आत आमची हंसजोडी
संगे धावुनिया वारा हो, वारा मान टाकी.

सराई

पाजळून विळा कापू धान
सराई आली रे
नटलं शिवार अवंदा हळदीवानी जार
रूपवती धरणीनं केला शिणगार
मोत्यानं भरून जाईल माझं घरदार
किती व्हईल छान —

कणसांचा भारा आणून खळ्यावर टाकू
पेंडी उचलून गड्या नको रे थकू
ओवाळील माझी धणीन लावून कुंकू
पुजुनिया नवं धान —

टिपुर चांदण्याराती मळणी घालू छान
कोंडा सारा राधाराणी उडविला सुपानं
एकेक मोतीदाणा हसेल दुधानं
अमृताचे रसपान —

कसतो आम्ही जमीन आम्ही हिचे राजे
साक्ष देतील इथली दडलेली बीजे
कोण कुठून आलात तुम्ही बडे राजे
चालते व्हा गुमान

बांधावर लावून निशाण
खसखसा कापू या धान
राधा घेईल उंच तान
भरून जाईल सारं रान
चला मातीची राखाया शान
सराई आली रे.

धरती महाराष्ट्राची

धरती महाराष्ट्राची आणिक अंबर महाराष्ट्राचे
निळाईच्या दर्पणात झळके बिंब रविचंद्राचे

सजलशाम ही उभी द्वारका
गगनीच्या लेऊन तारका
शिखरी तळपे शिवपताका
पायी आरती करतो चोखा
छत्रचामरे ढाळून वारा गुंजन करुनी नाचे

इथे वाजवी मेघ चौघडे
तालावर दौडतात घोडे
तलवारीच्या पात्यांमधुनी
पराक्रमाची वीज कडाडे
माती घुमते शौर्याभोती गात ऋचा अन् वेचे

तंतावर होनाची लावणी
मथुरेशी चालल्या गौळणी
हलगीवरची थाप ऐकता
रित्या होती वैखरीच्या खाणी
नवरसरंगी दंग होऊनी इथे विठोबा नाचे

हरित तृण अन् निळे सलिल
इंद्रधनुसम सागरी फेनील
हिरव्या पिवळ्या डोंगरी माथा
खेटून झुलते आकाश फुल
किरणांचे नित भुंगे चुंबिती ओठ मृदुल कळ्यांचे

वेद ओतितो ज्ञान घागरी
कर्मयोग वाजवी तंबुरी
सत्य शिव श्रम सौंदर्याचा
चंद्र झळकतो नील अंबरी
घामाचे संगीत छेडित तारा हृदय वीणेचे

नवी संहिता रचते गिरणी
फेर धरुनिया डोले धरणी
श्रमणाऱ्या भुजेत गुंफते
हात आपुले वीजमोरणी.
महारथ दौडतो दिगंती उडवित ध्वज यशाचे.

मेघ बरसे

झिमझिम मेघ बरसे हां जी
रान पान सारं न्हातं हां जी
हंडे घेऊन मेघवल्लरी जी
उतरून येती गौळणी जी

दऱ्याडोंगर माथ्यावरी जी
झिम्मा खेळती नाचऱ्या सरी जी
कर्दळी वेली हळुवारी जी
शिरशिरे काटा तनुवरी जी

काळीभोर ढगांची जांभळं जी
पाणलोट वळे झुळझुळ जी
कळकीची धुंद सळसळ जी
रानभरी पावा अवखळ जी

शेतात माझी एक परी जी
पूर्ण चंद्रबिंब भूवरी जी
माझा हात रूमणीवरी जी
पाठीमागे माझी कस्तुरी जी.

गिरणीची लावणी

सात वाजता सकाळी । भोंगा वाजवी भूपाळी ।
सुरू पहिली पाळी । मोठ्या डौलात ।
चाक फिरे गरगरा । सुत निघे भरभरा ।
नटवाया वसुंधरा । आमच्या घामातून ॥

लेवून सूत नऊवारी । नखरा बाबीणीचा भारी ।
कांडी गोल फेरे मारी । मग साच्यातून ।
झडपीनं घालून वारा । कापसा न देई थारा ।
जोडून तुटलेल्या तारा । तारा जुळवून ॥

ऐका घामाची कहाणी । फिरवी कळ ब्रह्म्यावानी
तंतुतंतुला जोडूनी । वस्त्र गुंफून ।
रंग घेऊन आभाळाचा । हिरव्या सोनाळ शेताचा ।
सातरंगी इंद्रधनुत । वस्त्र गुंफून ।

नाना ऋतूंच्या हो कळा । खुलवी माझा वस्त्रमळा ।
मरवा मोतीया पिवळा । तुरा खोवून ।
झोंबती चैत्राच्या झळा । भिजे श्रावणात शेला ।
उब चोरितो हिवाळा । हेरून ऋतूंचा हा चाळा ।
विणतो माझा कबीर भोळा । जगा नटवून ॥

मलमल आणिक दोरवा । झोक साडीचा हिरवा ।
शालू पैठणी भगवा । झळके पितांबर ।
शोभे काळी चंद्रकळा । मोरपिसावानी डोळा ।
जणु गुलाबाचा कळा । टाकी भुलवून ॥

कौरवांचे दरबारी । घाला घातला हो निरी ।
लाज राखाया श्रीहरि । गेला धावून ।
पुरवून धडुत अंगाला । कृष्णरूपे तो पातला ।
सोडविली द्रौपदीला । लाज राखून ॥

निर्मून धन आम्ही सारं । मालक असून झालो चोर ।
धनिकांचा वाढे जोर । ऐट दावून ।
पैका नाही इंधनाला । काय शिजवावं बोला ।
का शिवावं पोटाला । टाके घालून ॥